நானே நிலம்... நிலமே நான்

அமெரிக்க, ஆஸ்திரேலியப் பூர்வகுடி கவிதைகள்

தமிழில்:
சிவசங்கர்.எஸ்.ஜே

நீலம்

நீலம்

நானே நிலம்... நிலமே நான்

மொழிபெயர்ப்பு : சிவசங்கர்.எஸ்.ஜே
முதற்பதிப்பு : செப்டம்பர் 2022
நீலம் பப்ளிகேஷன்ஸ், முதல் தளம், திரு காம்ப்ளக்ஸ், மிடில்டன் தெரு,
எழும்பூர், சென்னை - 600008.
நூல் வடிவமைப்பு : சிவராஜ் பாரதி
அட்டை ஓவியம் : பெனித்தா பெர்சியல்
அட்டை வடிவமைப்பு : சிவராஜ் பாரதி

விலை ரூ.60

NAANE NILAM... NILAME NAAN

Translated by : Sivasankar S.J.
First Editiion : September 2022
Published by : NEELAM PUBLICATIONS,
1st floor, Thiru Complex, Middleton street, Egmore, Chennai - 600008.
Cover Art : Benitta Perciyal
Additional Drawings : *dreamstime.com / vectorstock.com*
Printed at Sudarsan Graphics Pvt, Chennai - 600041

Email : editor.neelam@gmail.com
Mobile : +91 63698 25175

INR : 60
ISBN : 978-93-94591-05-9

Neelam Monthly Magazine & Subscription - www.theneelam.com
Neelam Online Store - www.neelambooks.com

சிவசங்கர்.எஸ்.ஜே (1976)

எழுத்து, காட்சி ஊடகம், படைப்பிலக்கிய, சமூக, கோட்பாட்டு ஆய்வுகள், மொழிபெயர்ப்பு எனப் பன்முகத்தளங்களில் தொடர்ச்சியாக இயங்கிவருபவர். ஐந்து குறும்படங்கள், இரு ஆவணப்படங்கள் இவரது உருவாக்கத்தில் வெளிவந்துள்ளன.

நூல்கள்:

கடந்தை கூடும் கேயாஸ் தியரியும், சிறுகதைகள் (என்.சி.பி.ஹெச், 2012)

சர்ப்பம் அவளை வஞ்சிக்கவில்லை, சிறுகதைகள் (காலச்சுவடு, 2017)

யா-ஒ (மறைக்கப்பட்ட மார்க்கம்), மறைபுனைவு (வெற்றிமொழி, 2019)

இது கறுப்பர்களின் காலம், மொழிபெயர்ப்புக் கவிதைகள் (நீலம், 2021)

பிக்காஸோ ஓர் எருதை வரைகிறார், மொழிபெயர்ப்புக் கவிதைகள் (எதிர் வெளியீடு, 2021)

அம்பேத்கர் கடிதங்கள், மொழிபெயர்ப்பு (காலச்சுவடு, 2022)

யா-ஒ 2, மறைபுனைவு (யாவரும், 2022)

தொடர்புக்கு:

prismshiva@gmail.com / 9842562500

நன்றி

அணங்கு

வனம்

மொழிபெயர்ப்பில் தொனியின் முக்கியத்துவத்தைக் கற்றுத்தந்ததற்காகவும்
‘பாப்லோ நெரூதா’, ‘பட்டு’, ‘அஸீஸ் பே சம்பவம்’ பெயர்ப்புகளுக்காகவும்
அன்பு அண்ணன் சுகுமாரனுக்கு…

வாசல்

"அமெரிக்க, ஆஸ்திரேலியப் பூர்வகுடிக் கவிதைகள் தமிழுக்கு நனிவரவு. வழமையான நமது மொழியமைப்புக்கும் வாசிப்பமைதிக்கும் கட்டுப்படாதவை இக்கவிதைகள். பூர்வகுடி எனும் சொல் பயிலப்படுவது பெருமை வரலாற்றைப் பறைசாற்றவோ, உரிமைக்கோரலை உறுதிப் படுத்தவோ அல்ல, உண்மை வரலாற்றை உரக்கச் சொல்ல!

பூமிப்பந்தின் வடக்கு மூலையில் எங்கோ வசிக்கும் அமெரிக்கப் பழங்குடியும் பூமியுருண்டையின் தெற்கு மூலையில் எங்கோ வசிக்கும் ஆஸ்திரேலியப் பழங்குடியும் தங்கள் நிலத்தின் மீதான உரிமையை ஒரே குரலில் ஒலிக்கிறார்கள். நான்தான் உண்மையான அமெரிக்கா என்கிறான் ஒருவன். நான்தான் உண்மையான ஆஸ்திரேலியா என்கிறாள் மற்றவள். தூரங்கள் வேறென்றாலும் துயரங்கள் ஒன்றுதான். இருவேறு பகுதிகளானாலும் இந்தக் கவிதைகள் முன்வைக்கும் அரசியல் ஒன்றாக இருப்பது தற்செயலல்ல. காலனியவாதிகளும் ஆதிக்கவாதிகளும் வேறுவேறானாலும் ஒடுக்குமுறை ஒன்றுதான். நாம் கவித்துவமென நம்பிக்கொண்டிருக்கும் ஒன்றைப் போகிறபோக்கில் கலைத்துப் போடுகின்றன இந்தக் குரல்கள். இதை வாசிக்கையில் டிஜிருடுவும் த்றுட்ரூக்கா இசையும் உங்கள் காதில் கேட்டால் நீங்கள் பாக்கியவான்கள்."

காமிக்ஸிலிருந்து கவிதைகளுக்கு...

சிறுவயதில் ராணி காமிக்ஸ் வாசிக்கையில் அறிமுகமானது 'செவ்விந்தியர்கள்' குறித்த சித்திரம். சாட்டையடிவீரன் பிலிப், சைமன், லியோ இவர்களின் சாகசக் கதைகளிலும் இதுவல்லாமல் பொதுவாக கௌபாய்க் கதைகளில் 'காட்டுமிராண்டிகளாக' சித்தரிக்கப்பட்ட செவ்விந்தியர்களின் உடை, அலங்காரங்கள் மீது ஏனோ ஓர் ஈர்ப்பு இருந்துவந்தது. செவ்விந்தியர்கள் மீதான கவனமோ வாசிப்போ ஏதுமில்லை. உலகமெங்கும் உள்ள பூர்வகுடிகள் குறித்து வாசிக்கும் ஆவலெழுந்தது 'இது கறுப்பர்களின் காலம்' வெளிவந்தபோதுதான்.

தோழர் மாலதி மைத்ரி அணங்கு இதழுக்காகப் பூர்வீக அமெரிக்கப் பெண்களின் கவிதைகளை மொழிபெயர்க்கத் தந்தபோது தொடர்ந்த வாசிப்பில் ஏராளம் கற்றுக்கொள்ள முடிந்தது. காலனியாதிக்கத்தின் குரூர சாட்சியங்களில் ஒன்று அமெரிக்கப் பூர்வகுடிகளின் துயர்மிகுந்த வரலாறு. 1492க்கு முன், பின் என அந்த வரலாற்றைத் தொகுத்துக்கொள்ளலாம். நாடுபிடிக்கும், வளங்களைச் சுரண்டும், தங்க வேட்டையாடும் காலனியக் கும்பல் கொன்றொழித்த பூர்வகுடிகள் லட்சக்கணக்கானவர்கள். சின்னம்மை / பெரியம்மை / மலேரியா போன்ற கிருமிகளைப் போர்வைகள் பண்டமாற்றும் சாக்கில் அந்தப் போர்வைகளில் கிருமிகளைத் தடவி கொத்துக் கொத்தாய்க் கொலை செய்தார்கள். ஐரோப்பிய நோய்களுக்கு எதிர்ப்புச் சக்தி உருவாகாத பூர்வகுடிகள் இந்தக் கொள்ளை நோய்களால் தங்கள் மக்கள்தொகையில் முக்கால்வாசியை இழந்தனர். ஒருபுறம் சுரண்டல், அடிமை வியாபாரத்தோடு மறுபுறம் 'நாகரிகப்படுத்தலும்' நடந்தேறியது. உறைவிடப் பள்ளிகள் என்ற பெயரில் பூர்வகுடிக் குழந்தைகள் பெற்றோர்களிடமிருந்து கட்டாயமாகப் பிரிக்கப்பட்டார்கள், தரப்படுத்தப்பட்டார்கள். இனக் குழுக்களிடையேயான மோதல் பெரும்பாலான பழங்குடிகளைப் பலவீனமாக்கியது. சிறைபிடிக்கப்பட்ட தங்கள் எதிரி இனத்தவரை காலனியவாதிகளுக்கு அடிமைகளாக விற்ற அவலமும் நடந்தேறியது. காலனியவாதிகளின் மொத்தக் கட்டுப்பாட்டில் அமெரிக்க நிலம் வீழ்ந்தபோது வேறு வழியின்றித் தங்கள் உரிமைகளுக்காக ஒப்பந்தங்களுக்கு முன்வந்தனர். பெரும் போராட்டங்களுக்கும் இழப்புகளுக்கும் பிறகு தங்கள் பண்பாட்டு, அரசியல், சமூகத் தனித்துவங்களை மெல்ல அடைந்துவருகிறார்கள். 15ஆம் நூற்றாண்டு முதல் விளைவித்த கொடுமைகளுக்கு 2009இல்தான் காலனியவாதிகள் அதிகாரபூர்வமாக மன்னிப்புக்

கோரினார்கள் எனினும் இன்னும் இரண்டாம்தர குடிமக்களாகவே நடத்தப்படுகின்றனர். எண்ணிக்கையில் மிகவும் குறைந்து போன இவர்களுக்குத் தங்கள் பண்பாட்டுத் தனித்துவத்தை, மொழியை அழிவிலிருந்து காப்பாற்றுவதே முதன்மையான நோக்கமாக இருந்துவருகிறது. அமெரிக்கச் சட்டங்களுக்குட்பட்டு இவர்களுக்கான சிறப்புப் பல்கலைக்கழகங்களும் கல்லூரிகளும் இயங்கிவருகின்றன. பூர்வீக மொழிகளை மீட்டுருவாக்கும், பரப்பும் பணிகளும் நிறைவேறி வருகின்றன.

செவ்விந்தியர்கள் / இந்தியர்கள் என்று முன்பு அழைக்கப்பட்டவர்கள் பின்னர் பூர்வீக இந்தியர்கள் / முதல் அமெரிக்கர்கள் என அழைக்கப்பட்டுத் தற்போது அதிகாரபூர்வமாகவும் அரசியல் சரித்தன்மையோடும் பூர்வீக அமெரிக்கர்கள் (Native Americans) என அழைக்கப்படுகிறார்கள். இலக்கியவெளியில் தற்போது இரண்டாம் தலைமுறை எழுத்துகள் அறிமுகமாயிருக்கின்றன. காமிக்ஸ்களிலும் கதைகளிலும் கட்டமைக்கப்பட்ட தங்கள் கேலிச் சித்திரங்களைச் சமகால பூர்வீக அமெரிக்கக் கவிஞர்கள் மைப்பூசி அழித்துக்கொண்டிருக்கிறார்கள்.

நானந்த மானைக் கொன்றுவிட்டேன்

[தாவோஸ் ப்யூப்லோ இந்தியன்]

நானந்த மானைக் கொன்றுவிட்டேன்
நானந்த வெட்டுக்கிளியை நசுக்கிவிட்டேன்
அது உண்டுவாழும் சிறுசெடிகளையும்
நெடிந்து நேராக வளரும் மரங்களின்
இதயத்தைக் குறிவைத்து வெட்டிவிட்டேன்
நீரிலிருந்து மீன்களை
வானிலிருந்து பறவைகளை
எனது உயிர் வாழ்தலுக்கு இந்த மரணங்கள் தேவை
எனக்குப் போஷாக்கூட்டக்கூடிய இவற்றிற்கு
நான் மரணிக்கும்போது எனது உயிரைக் கொடுத்துதான் ஆகவேண்டும்
எனது உடலை இந்த மண் பெற்றுக்கொள்ளும்
அதைச் செடிகளுக்குக் கொடுக்கும்
வெட்டுக்கிளிகளுக்குக் கொடுக்கும்
பறவைகளுக்குக் கொடுக்கும்
காட்டு நாய்களுக்குக் கொடுக்கும்
அவரவர் சுற்றுக்காகக் காத்திருப்போம்
உயிர் சுழற்சி அறுபடாது ஒருபோதும்

(அமெரிக்கப் பழங்குடிப் பாடல்)

சமகால பூர்வீக அமெரிக்கக் கவிதைகள்

இந்திய உறைவிடப் பள்ளி: ஓடிப்போனவர்கள்
லூயிஸ் எர்ட்ரிச்

உறக்கத்தில் நாங்கள் நடை போடும் இடம் எங்கள் வீடு.
கனவுகளில் வடக்கு நோக்கித் தள்ளாடித் தடுமாறிச்செல்லும்
சரக்குவண்டிப் பெட்டிகள்
எங்களுக்காகக் காத்திருக்காது. ஓடும்போதே அவற்றைப் பிடிக்கிறோம்.
தண்டவாளங்கள், நாங்கள் விரும்பும் அதே பழைய உருச்சிதைவுகள்,
நேர் இணையாக ஓடிவந்து
டர்ட்டில் மலைகளுக்குக் கீழே பிரிகின்றன.
நீங்கள் தொலைந்து போக முடியாத அளவிற்கு அதன் தடங்கள்.
அவை கடக்கும் இடமே எங்கள் வீடு
கால்களற்ற காவலர்
தீக்குச்சியைக் கொளுத்தி
இருளைச் சகிப்புத்தன்மைமிக்கதாக்குகிறார்.
பெட்டிகளில் ஏறிய பின்பு பலகைகளின் விரிசல்கள் வழி
நிலம் உருளத் தொடங்குவதை நாங்கள் பார்க்கிறோம்,
இங்கே வருவதற்காக அது வலிக்கும் வரை உருளும்
எங்கள் ஒழுங்குமுறை ஆடைகளிலோ குளிர்.
இடைப்பட்ட இடத்தில் எங்களைத் திரும்ப அழைத்துச் செல்ல
ஷெரிப் காத்திருப்பதை நாங்கள் அறிவோம்
அவரது கார் அமைதியும் சூடும் கொண்டது.
நீண்ட அவமானங்களின் சிறகு போல நெடுஞ்சாலை குலுங்கவில்லை
முனகல் போல ஒலிக்கிறது
தேய்ந்து கிடக்கும் பண்டைய தண்டனைகளின் பட்டைகள்
முன்னும் பின்னுமாக வழிநடத்துகின்றன.

ஓடிப்போய் பிடிபட்டவர்கள் அனைவரும்
நீண்ட பச்சை நிற ஆடைகளை அணிந்திருக்கிறோம்
அவமானம் என்று நீங்கள் நினைக்கும் நிறம்
இது வெட்கக்கேடான வேலை என்பதால்
நடைபாதைகளின் கீழ் நோக்கி நாங்கள் துடைக்கிறோம்.
எங்கள் துடைப்பான்கள் நீர்பாய்ச்சப்பட்ட வளைவுகளின் கல்லைச் செதுக்குகின்றன
ஊறிய பலவீனமான வெளிக்கோடுகள் ஒரு கணம் தெளிவாக நடுங்குகின்றன
அவை எங்களுக்கு இருட்டில் அழுத்திய
குழந்தைகளின் கடினமாவதற்கு முந்தைய, வெளிறிய, முகமாக நினைவில்,
மென்மையான பழைய காயங்களாக,
பெயர்களின், இலைகளின் முதுகெலும்புகளாக
ஒரு கணம் தென்பட்டுவிடுகிறது.

○

ஓர் அமெரிக்கச் சூரிய உதயம்

ஜாய் ஹார்ஜோ

நாங்கள் எங்களைச் சந்திக்க வெளியே ஓடியதால்,
எங்களுக்கு மூச்சுத் திணறல் ஏற்பட்டது.
நாங்கள் எங்கள் முன்னோர்களின்
சண்டைகளின் விளிம்பில் வெளிப்பட்டு, தாக்கத் தயாராக இருந்தோம்.
நீங்கள் நேர்மையாக இருந்தால்
இந்திய மதுவிடுதியில் நாட்களை இழப்பது கடினமானது.
நீங்கள் மேஜைப் பந்து விளையாடினாலோ
மறக்க நினைத்துக் குடித்தாலோ எளிதானது.
நாங்கள் துல்லியமாக இருக்க வேண்டும் என்று திட்டங்களை வகுத்தோம்.
எங்களில் சிலரால் பாட முடியும்
எனவே நாங்கள் அந்த ஒளிரும் நட்சத்திரங்களுக்கு
ஒரு நெருப்பு ஒளிரும் பாதையைப் பறைசாற்றினோம்.
பாவம் - கிறிஸ்தவர்களால் கண்டுபிடிக்கப்பட்டது,
பிசாசுகளைப் போல, நாங்கள் பாடினோம்.
நாங்கள் புறஜாதியினர் ஆனால் அவர்களிடமிருந்து இரட்சிக்கப்பட வேண்டியவர்கள்
சிறுவாய்ப்பு உள்ளது.
இந்தக் கதையில் நாம் அனைவரும்
தொடர்புடையவர்கள் என்று எங்களுக்குத் தெரியும்
கொஞ்சம் ஜின் இருளைத் தெளிவுபடுத்தி நம் அனைவரையும்
நடனமாடுவது போல் உணர வைக்கும்.
எங்களுக்குப் ப்ளூஸ் இசை, ஜாஸ் இசை
இவற்றின் தோற்ற மூலத்துடன் ஏதோ செய்ய வேண்டியிருந்தது
ஜூன் மாதத்தில் ஜூக்பாக்ஸை வெள்ளி நாணயங்களால் நிரப்பும்போது
நான் ஒரு **ப்யூப்லோ**வுடன் வாதிட்டேன்
நாற்பது ஆண்டுகளுக்குப் பிறகும் எங்களுக்கு இன்னும் நீதி வேண்டும்.
அமெரிக்கா என்பது இப்போதும் நாங்கள்தான்.
எங்கள் மறைவு பற்றிய வதந்திகளை நாங்கள் அறிவோம்.
நாங்கள் அவற்றை வெளியே காறித் துப்புகிறோம்.
வதந்திகள் இறந்துபடுகின்றன
வெகு சீக்கிரத்தில்.

❍

தீர்மானம் 2
லெய்லி லாங் சோல்ஜர்

நான்
மெச்சுகிறேன் இந்த நிலத்தை
மரியாதை செய்கிறேன் இந்த நிலத்தை
பூர்வீக இந்த நிலத்தை
மக்கள் இந்த நிலத்தை
இதுவரைக்குமான இந்த நிலத்தை
ஆயிரக்கணக்கான இந்த நிலத்தை
ஆண்டுகள் இந்த நிலத்தை
பொறுப்பேற்றார் இந்த நிலத்தை
பாதுகாத்தார் இந்த நிலத்தை இந்த நிலத்தை இந்த நிலத்தை இந்த
 இந்த

○

வீட்டுக்கு வாருங்கள்

லூசில்லே லாங் டே

மாஷ்பீ வீட்டிற்கு வரவேற்கிறோம்
நீர் முள்ளிகளுக்கு மத்தியில் சதுப்பு நிலத்தில் உள்ள கட்டைகள்
மீது நொடிக்கும் ஆமைகள், வர்ணம் பூசப்பட்ட ஆமைக்கூடுகள்,
பெரணிச்செடிகள், ஊதா நிற பூக்கள் கொண்ட ஆழமற்ற பகுதியிலிருந்து
மேற்பரப்பிற்கு வரும் நன்னீர் மீன்கள் கொண்ட
மாஷ்பீ வீட்டிற்கு வரவேற்கிறோம்

எங்கே உங்கள் கொள்ளுத்தாத்தா கிசுகிசுத்தாரோ
சான்ட்யூட் குளத்தில் மீன்பிடித்து,
பின்னர் ஒரு வட்டத்தில் அமர்ந்து
வானத்திற்கு, பூமிக்கு, நான்கு திசைகளுக்குத்
தனது புகைக்குழாயை உயர்த்தி நேர்ந்தாரோ
அந்த வீட்டிற்கு வரவேற்கிறோம்
மாஷ்பீ வீட்டிற்கு வரவேற்கிறோம்

உங்கள் முன்னோர்கள்
சிவப்பு நெல்லிகளைச் சேகரித்த
வேதுவாஷ் வீடுகளைக் கட்டிய
கடற்கரைக்கு வரவேற்கிறோம்

வான்கோழி, மான் கரடி என
அவர்கள் வேட்டையாடிய
நட்சத்திரப் பூக்களும் தங்கக் கோடுகளும் அணிந்து
அவர்கள் 10,000 ஆண்டுகள் நடனமாடிய காடுகளுக்கு வரவேற்கிறோம்

வீட்டுக்கு வாருங்கள்.
மூத்தவர்கள் உங்களுக்காகக் காத்திருக்கிறார்கள்.
அவர்களின் முரசு அறிதலைக் கேளுங்கள்
உங்கள் சொந்த இதயத்தின் துடிப்பைக் கேளுங்கள்.

புனித **குவாஹாக்** சிப்பியிலிருந்து செய்யப்பட்ட
இந்தச் சோழிகளாலான அட்டிகையை எடுத்துக்கொள்ளுங்கள்
நீங்கள் அதை அணியும்போது
சிவப்புக் கிழங்குகள் நீலப்பூக்கள் இடையே நடந்து செல்லுங்கள்
அப்போது வயல்காட்டுக் குருவியின் எழுச்சியூட்டும்
பாடலைக் கேட்பீர்கள்.

['ஒரு மூதாதையராக மாறுவதிலிருந்து' (Červená Barva Press, 2015) *தி டவர் ஜர்னலில்* முதலில் வெளியிடப்பட்டது.]

கடவுள்தான் நீர்

லைலா ஜின்

இரவில் கண்களை மூடும்போது
தண்ணீரின் மூலம் பாறை வெட்டப்படுவதை என்னால் உணர முடிகிறது
பழம் பாடலொன்றைக் கேட்கிறேன்
அது ஆற்றின் அடிப்பகுதியில் நடைபோடும்
மணலைப் போல் தெரிகிறது.

வளைந்த நீரோடைகளால்
வலிமையான பள்ளத்தாக்குச் சுவர்கள் எப்படி உருவாகின்றன
என்பது பற்றி இந்தப் பாடலில் அவர்கள் பேசுகிறார்கள்

மென்மையான தண்ணீருக்கு அடியில் மக்கள் இருக்கிறார்கள்.
உங்களையும் என்னையும் போன்றவர்கள் அல்ல.

கல் மனிதர்கள்.

இரவில் கண்களை மூடும்போது
அவர்களில் நானும் ஒருவள்
கடவுள்தான் தண்ணீர்.

வாழ்நாள் முழுவதும்
அவள் என் மீது ஓடுகிறாள்
நான் வழுவழுப்பாக மெருகூட்டப்படும் வரை

அவள் எனக்குக் கற்பிக்கிறாள்
பொறுமையும் அர்ப்பணிப்பும் பற்றி.
அவள் எனக்குக் கற்பிக்கிறாள்
மென்மையாக இருந்தும் பிடிவாதமாக இருப்பது எப்படி என்பது பற்றி,

நான் கண்களை மூடும்போது
அவள் என்னிடம் பேசுகிறாள்

துளிகளுக்கும் குமிழிகளுக்குமான
ஒரு மொழியில்

அவள் சொல்கிறாள்:
'பயணங்கள்'
அவற்றைத் தொடருங்கள்.
ஆனால் கடந்து வந்த வழியில் நீங்கள் யார் என்பதை
நினைவில் வைக்க முயலுங்கள்

உங்களுக்காக என்னிடம் எதுவும் இல்லை
இந்த வார்த்தைகளைத் தவிர.

அவற்றை உங்களுடன் எடுத்துச் செல்லுங்கள்
நான் உங்களை மீண்டும் சந்திப்பேன்
கடலின் சிம்மாசனத்தில் நீங்கள் வரும்போது
பல லட்சம் மணல் குருத்துகளாக."

அவளது குரல்
இரவின் நீரோடை போல் அமைதியாக

என் இரத்தத்தில் முணுமுணுக்கிறது
நாம் அனைவரும்
மிகவும்
நேசமிக்கவர்கள்
ஆனது எப்படி என்பது பற்றிய பாடல்

கழுகுகள் அவளது மென்னுடலில் தங்கள் கூர்நகங்களை நுழைக்கின்றன
அதிலிருந்து
ஒரு மீனை
ஒரு சதைக்கவளத்தை
அவர்களின் குழந்தைகளுக்காக இழுக்கவும் செய்கின்றன.

இந்தப் பழம்பாடலை அவளுடன் பாடுகிறார்கள்
அது இறகுகள் வானத்தில் வெட்டுவதைப் போல் ஒலிக்கிறது

வெறுப்பு வியப்புக்கு முன் சரணடைவது
எப்படி என்று இந்தப் பாடலில் பேசுகிறார்கள்!

பிடிவாதமானதும் கடினமானதும் ஆன சிக்கல்களின் புதிரைப் போல்
அவள் என் இதயத்தை உடைத்தெறிகிறாள்

கடும் சந்தேகங்களும் துக்கங்களும்
அவளுடைய எல்லையற்ற கருணைக்கு வழி விடுகின்றன

யாருக்குத் தெரியும்?

சில நேரங்களில்
பொங்கி வரும் ஆற்றில் நிற்பதால் இந்தக் கருணை பெருகலாம்
நமக்குச் சொந்தமானது என நாம் நினைக்கும் அனைத்தும்
நம்மிடமிருந்து பறிக்கப்பட்டு எடையற்றதாக மாற்றப்படும் வரை
நாம் அழாமல் இருக்க முடியாத அளவிற்கு ஆழமானதாக இருக்கலாம்

அழகின் உண்மை பற்றி
முழுமையான பாராட்டும் கண்ணீரோடு
பூனைவாலி மீன்களுக்குச்
சிறு மீன்களுக்கு
அலரிச்செடி களுக்கு
ஆற்றங்கரைகளைச் சுற்றி ஓடி கூக்குரலிட்டுச்
சொல்ல முடியுமா!?

மரங்கள் வழியாகச்
சுவாசிக்கும் கடவுளின் உண்மையைப் பற்றி;
தண்ணீரிலிருந்தும் இரவிலிருந்தும்
குளிர்காலத்தை நெய்யும் ஒரு கடவுளின் உண்மை;
தூசியிலிருந்தும் ஒளியிலிருந்தும்
உடல்களை நெய்யும் ஒரு கடவுளின் உண்மை;
திரும்பத் திரும்ப
மீண்டும் மீண்டும் மேலும்
நம்மை வாழ்க்கை நதியின் கீழே கொண்டு செல்லும்
இந்தக் கடவுளின் உண்மையைப் பற்றிச் சொல்ல முடியுமா?
என்றென்றும்
என்பதின் பொருளை
நாம் இறுதியாகப் புரிந்துகொள்ளும் வரை

எப்போதும்.

கற்களின் மொழியில்
துக்கம் என்ற வார்த்தை இல்லை.
அன்பு மகனாக அல்லது மகளாக இருத்தல்
என்ன என்பது பற்றிய முழுமையான புரிதல் மட்டுமே

நாங்கள் பாறைகள்,
நாங்கள் கடவுள்கள்,
அவளோ தண்ணீர்.

○

சர்க்காசியன் கதைப்பாடல்
ஆண்ட்ரினா ஸ்மித்

கிழக்குமுனை பூர்வகுடி பாடல்
பிரிவு 4: **சர்க்காசியன்** கதைப்பாடல்
நன்றி செலுத்திய சில நாட்களுக்குப் பிறகு,
1876ஆம் ஆண்டு லாங் ஐலேண்டைத் தாக்கிய புயல் வீசிய போது,
முரண்பாடுகள் ஏராளமாக இருந்தன.

தொழில்துறைச் சரக்குகளை ஏற்றிச் செல்லும் சர்க்காசியன் கப்பல்,
ஆனால் இந்தப் புயல் மிக மோசமானதாக மாறியதும்,
பணியாளர்கள் கப்பலைக் கைவிட்டனர்.
ஆனால் அந்தக் காப்பீட்டு ஆட்கள்
தங்கள் சரக்குகளைக் காப்பாற்ற விரும்பினர்,
விபத்துப் பொறுப்பாளர் அவரது நற்பெயரைக் காப்பாற்ற விரும்பினார்,
10 **ஷினெகாக்**குகள்,
அவர்கள் பணத்திற்காகத்தான் வந்தார்கள் .
மற்ற மாலுமிகளைப் போலல்லாமல்
அவர்கள் கடலை முழுவதுமாய் அறிந்திருக்கிறார்கள்,
எனவே கூடுதல் கைகள் தேவைப்படும்போது,
அவர்கள் கப்பலிலேயே இருந்தனர்
அவர்களை ஒப்பிடக்கூடிய கடற்படை வீரர்கள் இல்லை
இந்த நிலத்தின் எல்லா நீர்நிலைகளையும் அறிந்தவர்கள்.
ஆனால் புயல் ஒரு நெருக்கடி நிலையை அடைந்தது,
கப்பலின் மேல் தளம் ஒரு நீர்த்தொட்டியாக மாறியது,
ஷினெகாக் மாலுமிகள் வெளியேற முயன்றபோது,
கேப்டனின் துப்பாக்கியோ அவர்களை விடவில்லை
தன் சரக்கைக் காப்பாற்றி விடலாம் என்று அவர் நினைத்தார்.
அவர் உறுதியாக ஒரு நிலைப்பாட்டை எடுத்தார். மேலும் அனைத்து
ஷினெகாக்குகளையும்
அவர்களது தப்பிப்பிழைப்பதற்கான உரிமையை மறுத்தார்.

ஷினெகாக் ஆண்கள், அவர்களின் ஊதியத்திற்காக,
உணவின்றிப் பசியோடு காத்திருக்கும்
வயிறுகளுக்காக, கேப்டனின் பேராசையைப் பாதுகாக்க,
மூழ்கும் கப்பலுள் இறங்கினார்
லாங் ஐலேண்டின் சலசலக்கும் கடலுக்கு அடியில்,
சத்தம் குறைவாக இருக்கும் இடத்தில்,
ஷினெகாக் மக்களின் 10 ஆண்மாக்கள்.
புனிதமான நிலத்தை அடையாதவர்களானார்கள்.
நூற்றாண்டுகளுக்கு முன்னும் நூற்றாண்டுகளுக்குப் பின்னும்,
கற்றுக்கொண்டது அதே பாடம்தான்
ஷினெகாக்குகளின் உயிர்களுக்கு மதிப்பில்லை
சம்பாதிக்க லாபம் இருக்கும்போது.

குறிப்புகள்:

ப்யூப்லோ / ஷினெகாக் – பூர்வ அமெரிக்கக் குடிகள்

சர்க்காசியன் – காக்கேசிய மொழி பேசும் பகுதியைச் சேர்ந்தவர்கள்

மாஷ்பீ – பூர்வகுடிகளின் வீடு

சான்ட்யூட் – ஒரு மீன்பிடி குளம்

வேதுவாஷ் – குருதி நெல்லிகளை, விளைபொருட்களைச் சேமித்து வைக்கும் குடில்

குவாஹாக் – புனிதமான சிப்பி

ஆசிரியர் குறிப்புகள்

லூயிஸ் எர்ட்ரிச்

வடக்கு டகோட்டாவில் வசிக்கும் லூயிஸ் எர்ட்ரிச் பூர்வ குடியான ஓஜிப்வே இனத்தைச் சேர்ந்தவர். தனது நாவல்களுக்காகவும் கவிதைகளுக்காகவும் நன்கு அறியப்பட்டவர். இக்கவிதை சிப்பேவா இந்தியர்கள் என்றும் அழைக்கப்படும் ஓஜிப்வே மக்களின் வாழ்க்கையைப் பற்றியது. லூயிஸின் விருது பெற்ற நூலான ஜாக்லைட், பூர்வீகமக்களின் பண்பாடு பூர்வீகம் அல்லாத மற்ற கலாச்சாரங்களுக்கும் இடையேயான சிக்கல்கள் மட்டுமன்றிக் குடும்பப் பிணைப்புக்கும் இடையிலான மோதலையும் பற்றியது. இவரது கவிதைகளும் நாவல்களும் இன்று பழங்குடி மக்கள் எதிர்கொள்ளும் பிரச்சனைகளை ஆராய்கின்றன. அடையாளங்கள், வாழ்க்கையின் பொருள் போன்றவை இவரது படைப்பில் வெளிப்படும் உலகளாவிய கருப்பொருள்கள்.

'இந்திய உறைவிடப் பள்ளி: ஓடிப்போனவர்கள்'இல், பூர்வீக அமெரிக்கக் குழந்தைகள் உறைவிடப் பள்ளிகளிருந்து தப்பியோடுவதை எர்ட்ரிச் சித்தரித்துள்ளார். வெள்ளையர்கள் அவர்களை வற்புறுத்தி உறைவிடப் பள்ளிகளிலிட்டு அவர்களைப் குடும்பங்களிருந்து பிரித்தார்கள். இக்கவிதையில், ஓடிப்போன குழந்தைகள் மீண்டும் அவர்களது வீடுகளை நோக்கி ரயிலில் தங்கள் இரகசிய பயணத்தை அனுபவிக்கிறார்கள், ஷெரிப் அவர்களைப் பிடித்துத் திருப்பித் தருவதற்காகக் காத்திருக்கிறார். பள்ளிகளில். தப்பியோடியவர்களுக்கான தண்டனை கொடுமையானது. எர்ட்ரிச் பூர்வீகக் குழந்தைகளால் சுமக்கப்படும் அவமானத்தை மட்டுமல்ல 1970களில் பூர்வ அமெரிக்கக் குழந்தைகளை உறைவிடப் பள்ளிகளைத் திறந்து வைப்பதன் மூலம் பூர்வீகக் குடிகளை 'நாகரிகமாக்க' வேண்டும் என்கிற ஒடுக்குமுறையை எதிர்கொண்ட ஒரு சமூகமாக அவர்களின் நிலையையும் வெளிப்படுத்துகிறார்.

ஜாய் ஹார்ஜோ

அமெரிக்காவின் சமகாலக் கவிஞர், க்ரீக் தேசத்தின் உறுப்பினர். ஓக்லஹோமாவில் வசிக்கிறார். இவரது கவிதைகள் பூர்வீக அமெரிக்க வரலாற்றின் நினைவுகளையும் கதைகளையும் ஆராய்கிறது. இவரது கவிதைகளில் காலனித்துவ அடிபணிதல், உயிர்வாழ்தல், நிலத்தோடும்

இயற்கையோடுமான ஆன்மீகத் தொடர்பு என்பது தொடர்ந்து வெளிப்பட்டு வருகிறது. ரூத் லில்லி கவிதைப் பரிசு, ஜோசபின் மைல்ஸ் கவிதை விருது ஆகியவற்றை வென்றவர். ஜாய் ஹார்ஜோவின் கவிதைகளும் இசையும் பெரும்பாலும் சமூக நீதி, நினைவேக்கம், சமூக மாற்றம் ஆகியவற்றைப் பற்றியது. அவரது சமீபத்திய புத்தகமான Conflict Resolution for Holy Beings (2015), பூர்வீக மக்கள் தங்கள் வெள்ளைக் குடியேற்றக்காரர்களுடனான போராட்டத்தின் வரலாற்றையும் அவரது குடும்பத்திற்கு ஏற்பட்ட இழப்புகளின் தனிப்பட்ட அனுபவங்களையும் ஒன்றாக இணைத்துள்ளார்..

'ஓர் அமெரிக்கச் சூரிய உதயத்தில்', ஜாய் ஹார்ஜோ, பூர்வீக அமெரிக்கர்களின் சாரத்தை மறக்கச் செய்ய வெள்ளையர்களின் காலனித்துவ நாகரிகப்படுத்துதலுக்கு விமர்சன அழுத்தம் கொடுக்கிறார். பூர்வீகக் கலாச்சாரம் அமெரிக்கா என்கிற வல்லரசின் வன்மையால் முத்திரையிடப்பட்டுள்ளது. பூர்வீக அமெரிக்கக் கலாச்சாரத்தை அதன் வரலாற்றை அமெரிக்காவால் அழிக்க முடியாது என்பதைச் சொல்கிறார்.

லெய்லி லாங் சோல்ஜர்

ஓக்லாலா லகோடா இனத்தைச் சேர்ந்தவர். நியூ மெக்ஸிகோவின் சாண்டா ஃபேவில் வசிக்கிறார். அவரது புத்தகமான, whereas (2017), தேசியப் புத்தக விமர்சகர்கள் வட்டம் விருதை வென்றது. 2015இல் லன்னன் இலக்கியக் கூட்டுறவு விருதும் 2016இல் வைட்டிங் எழுத்தாளர்கள் விருதும் பெற்றுள்ளார்.

அவரது கவிதை 'தீர்மானம் 2' கிராஃபிக் வடிவத்தில் காலனித்துவப் படுத்தப்பட்ட பூர்வீக அமெரிக்க நிலத்தின் விரிவாக்கத்தைப் படம்பிடிக்கிறது. பூர்வீக அமெரிக்கர்கள் தங்கள் நிலத்தைக் குடியேற்றக்காரர்களுக்கு விட்டுக்கொடுக்க வேண்டும் என்கிற கையொப்பமிடப்பட்ட ஒப்பந்தங்களில் உள்ள 'தீர்மானம்', திருடப்பட்ட நிலத்தில் குடியேறியவர்கள் வாழ்கிறார்கள் என்பதையும் தன் மக்களின் வரலாற்றை எழுதி, அதனால் அவர்களை அழிக்க முடியாது என்கிற கவிஞரின் தீர்மானம் இரண்டையும் தலைப்புக் குறியீடாகக் குறிக்கிறது.

லூசில்லே லாங் டே

வாம்பனோக், பிரிட்டிஷ் சுவிஸ்/ஜெர்மன் வம்சாவளியைச் சேர்ந்தவர். நான்கு சிறு கவிதைப் புத்தகங்கள், *Birds of San Pancho and Other Poems of Place and Becoming an Ancestor* உள்ளிட்ட ஏழு முழு நீளக் கவிதைத் தொகுப்புகளின் ஆசிரியர். *Fire and Rain: Ecopoetry of California, Red Indian Road West: Native American Poetry from California,* ஆகிய இரு தொகுப்புகளின் இணையாசிரியர் *Married at Fourteen: A True Story* ஆகிய குழந்தைகளுக்கான புத்தகங்களையும், ஒரு நினைவுக் குறிப்பையும் வெளியிட்டிருக்கிறார் ப்ளூ லைட் கவிதை பரிசு, இரண்டு பென் ஓக்லாண்ட் விருதுகள், ஜோசஃபின் மைல்ஸ் இலக்கிய விருது ஆகியனவற்றைப் பெற்றிருக்கிறார். கலிபோர்னியாவின் ஓக்லாந்தில் வசிக்கிறார்.

'வெல்கம் ஹோம்' இல், லூசில் லாங் டே, அந்த நிலத்தின் வளமான அவரது குடும்பத்தின் ஒரு பகுதியான தாவரங்களையும் விலங்கினங்களையும் உயிர்ப்பிக்கிறார். பண்பாடுகளை உருவாக்கும் மக்களின் நிலப்பரப்பிலிருந்து சூழலியல் வரலாற்றை நாம் அறிகிறோம்.

லைலா ஜூன்

லைலா ஜூன் ஒரு டினேவின் (நவாஜோ) பழங்குடி இசைக்கலைஞர், அறிஞர், Tsétsêhéstâhese (Cheyenne) ஐரோப்பிய வம்சாவளியினரின் சமூக அமைப்பாளர். அவரது வலிமைகொண்ட, பன்முகப்பாணி எழுத்து உலகம் முழுவதும் உள்ள பார்வையாளர்களை ஈர்த்துள்ளது. ஸ்டான்போர்டில் மனிதச் சூழலியல் படிப்பையும் பழங்குடியினத்தின் கல்விப் பணியையும் அவர் இணைக்கிறார்.

கற்பித்தல், பாரம்பரிய உலகக் கண்ணோட்டம், சுதேச உணவு முறைகளில் கவனம் செலுத்துகிறார்.

தற்போது தனது முனைவர் பட்டத்தை மேற்கொண்டு வருகிறார்.

'கடவுள்தான் தண்ணீர்' கவிதையில், லைலா ஜூன் நீரின் வாழ்க்கையை உணர்வுப்பூர்வமான உருவங்களில் எழுப்புகிறார். மனிதனாக இருப்பதற்கும் வாழ்க்கைக்குமே நீர் இன்றியமையாதது. அது நம்மை ஒருங்கிணைக்கிறது. நம்மை வடிவமைக்கிறது, நம் சாரத்தைச் செதுக்குகிறது, நம்மை வளர்க்கிறது, நமக்கு வாழ்க்கைப் பாடங்களைக் கற்றுத்தருகிறது. லைலாவின் கவிதைகளில் மனித வாழ்க்கையைப் பற்றிய பூர்வீக அமெரிக்கப் பார்வையை நாம் காண்கிறோம். காற்று, நீர், நெருப்பு அவரது அனைத்துப் படைப்புகளிலும் தொடர்ந்து பயணிக்கிறது.

ஆண்ட்ரினா ஸ்மித்

ஆண்ட்ரினா ஸ்மித் லாங் ஐலேண்டின் ஷினெகாக் இனத்தைச் சேர்ந்தவர். கதைசொல்லி, கவிஞர், எழுத்தாளர், இயக்குநர், நடிகை. இனம், இனவெறி குறித்து அவரது படைப்புகள் ஆராய்கிறது.

'சர்க்காசியன் கதைப்பாடலில்' அவர் பத்து ஷினெகாக் மனிதர்களின் கதையை விவரிக்கிறார். கப்பல் கேப்டனின் தயவில் இருந்த ஷினெகாக் மனிதர்கள். அவர்களின் மரணங்கள் லாங் ஐலேண்ட் கடற்கரைக்கு அப்பால் வரலாற்றின் ஆவியைக் கொண்டு வருகிறது. இந்தக் கதைப்பாடல் நன்றி செலுத்தும் சடங்கு பற்றிய நையாண்டி ஆகும். பொறுப்பேற்காத ஒரு படுகொலையின் முகங்களின் மீதான அர்த்தமற்ற சைகை.

அப்பாவும் அபாரிஜினும்...

இணையத்தில் எப்போதோ எதையோ தேடிக்கொண்டிருக்கையில் கண்ணில் பட்டது அந்தப் புகைப்படம். கையில் பிணைக்கப்பட்ட விலங்குகளோடு சிலர். பின்னணியில் ஒரு வெள்ளைக்காரர் சிரிப்போடு. விலங்கால் பிணைக்கப்பட்ட ஒருவரின் முகம், அச்சு அசல் என் அப்பாவைப் போலவே இருந்ததைப் பார்த்தேன். கூரற்ற நாசி, வெள்ளைத்தாடி, லேசான சுருட்டை முடி. என் அப்பாவேதான். அபாரிஜின் என்று அழைக்கப்பட்டப் பூர்வகுடி ஆஸ்திரேலியர்களுக்கும் எனக்குமான உறவு அன்று தொடங்கியிருக்கலாம். நண்பன் குமார் அம்பாயிரம் அந்தப் பழங்குடியினரின் இசைக்கருவியான டிஜிருடூவை வாசிப்பதைப் பல நாட்கள் காணொளியில் கேட்டிருக்கிறேன். நண்பரின் குறும்படத்திற்கான இசைக்கோர்ப்பில் டிஜிருடூவைச் சேர்க்கச் சொல்லிப் பரிந்துரைத்திருக்கிறேன். மகுடியும் குழலும் வண்டின் ரீங்காரமும் இணைந்த அந்த இசையை, அந்தக் கருவியைப் பழங்குடிகள் உருவாக்கும் மரபான முறை எல்லாவற்றையும் தேடித் தேடி வாசித்திருக்கிறேன். இடையில் சொந்த சிக்கல்களால் இசையிலிருந்தும் மனிதர்களிடமிருந்தும் ஒதுங்கியிருந்தபோது பழைய பழக்கமான தினமொரு சினிமா மீண்டும் ஒட்டிக்கொண்டது. சமீபமாகப் பயணப் படங்கள் பார்ப்பதை வழக்கமாக்கிக்கொண்டதில் 'TRACKS' *(2014)* என்கிற படத்தைப் பார்க்க நேர்ந்தது. மேற்கு ஆஸ்திரேலியப் பாலைவனத்தைத் தனியே கடக்கும் பெண்ணின் கதை. ஆஸ்திரேலிய நிலவியலும் திரையில் வரும் பழங்குடி மூத்தவர்களும் ஏனோ மீண்டும் டிஜிருடூ இசையைக் கேட்க வைத்தனர்.

அன்று நள்ளிரவில் திடீரென அபாரிஜின் குடிகளின் கவிதைகளைத் தேடினேன். கைக்கு அகப்பட்ட ஒன்றை அன்றிரவே மொழிபெயர்த்தேன். ஆஸ்திரேலியப் பூர்வகுடிகளின் வரலாறு, பண்பாடு என்று அதன் பிறகு வாசிப்பு விரிந்தது. அமெரிக்கப் பூர்வகுடிகள் போல, ஆப்பிரிக்கப் பூர்வகுடிகள் போல துயரார்ந்த வரலாறு இவர்களுக்கும் இருந்தது. ஐம்பதாயிரம் ஆண்டுகளுக்கு முன் தொடங்குகிறது இவர்களின் வரலாறு. ஏறக்குறைய இருநூற்று ஐம்பது மொழிகள் கொண்டது. 1606 முதன்முறை டச்சு மாலுமிகள் ஆஸ்திரேலியாவில் காலடி வைத்தாலும் பின்னர் 1770, 1788களில் பிரிட்டிஷ்காரர்கள் வந்தபின்பே காலனியாதிக்கத்திற்கு உட்பட்டது. தொடக்கத்தில் குற்றவாளிகளைச் சமூக விலக்கம் செய்யத் தோதான

இடமாகவும் அதன்பிறகு அந்த நிலத்தின் வளத்தைக் கண்டு காலனியாதிக்கம் சுரண்டலுக்காகவும் உள்நுழைந்தது. அடிமை முறையும் முதலில் இருக்கவில்லை ஊழியம், தொண்டூழியம், அடிமை கடத்தல், (Blackbirding) முறையற்ற அடிமை விற்பனை, கட்டாயக் கூலி வேலை, கூட்டு விலங்குப் பிணைப்பு, கொத்தடிமை என அடிமைப்படுத்தலின் பல்வேறு வகைமைகள் நடந்தேறின. 1970வரை அடிமைப்படுத்தல்கள் நடைபெற்றதாகச் சொல்லப்படுகிறது. உலகின் எல்லாப் பகுதிகளையும் போலவே இங்கும் பூர்விகக் குடிகள் சொல்லொணாத் துயர்களை அனுபவித்தனர். தங்கள் மூதைகளின் காலமான கனவுக்காலம் / பொற்காலம் (Dream time) மீண்டும் வரும் என அவர்கள் நம்பினர். அந்தக் காலத்தில் உலா வந்த ஆன்மாக்கள் அவர்களைக் காக்கும் என இன்றும் காத்திருக்கின்றனர். கேரளத்தில் காணப்படும் காவுகளைப் (புனிதக் காடுகள்) போல இப்போதும் அபாரிஜின்கள் புனித வழித்தடங்களைப் பேணி வருகிறார்கள்.

அபாரிஜின், பூர்விக ஆஸ்திரேலியர்கள் என்று அழைக்கப்பட்டுத் தற்போது அதிகாரபூர்வமாக பூர்வகுடி ஆஸ்திரேலியர்கள் (Indigenous Australians) எனக் குறிப்பிடப்படுகிறார்கள். பெரும்பாலும் எல்லாப் பூர்வகுடிகளின் முதல் தலைமுறைக் கவிதைகளைப் போலவே பாடுகளையும் கோபத்தையும் வெளிப்படுத்துவதாகவே இந்தக் கவிதைகள் தொழிற்படுகின்றன. புழங்கு பொருள், வட்டார மொழி, மந்திரத்தன்மை, இசை ஒழுங்கு ஆகிய பண்பாட்டு அசைவுகளைக் கவிதைகள் பிரதிபலிக்கின்றன.

முன்னோர்களின் கலையைப் பண்பாட்டைக் காப்பாற்ற; கைப்பற்ற வாய்க்காத அதிகாரத்தை விட நம்பிக்கையே அவர்களுக்கு வலிமையைத் தருகிறது. கனவு காலத்தைப் பற்றிய கற்பனையில் காத்திருக்கும் அந்தத் தொல்குடிக் கிழவனில் ஒருவன் என் அப்பனாகவும் இருக்கலாம்.

என் ஆன்மாவை நட்சத்திரங்கள் பார்க்க ஏதுவாக
சூடான ஆழ் நிலத்திற்குள்
என் உடலைப் பொதிந்துவைத்துவிடுங்கள்.
ஆற்றோர நீர்மைகளின் அருகே
உயரமான மரங்கள் நிற்கும் இடத்திற்கு
என்னைக் கொண்டு போங்கள்
நான் உதிக்கும் சூரியனுக்கு முகம் காட்ட வேண்டும்
என் ஆன்மாவால் காற்றுக்குக் கட்டளையிட வேண்டும்

(ஆஸ்திரேலியப் பழங்குடிப் பாடல்)

சமகால பூர்வீக ஆஸ்திரேலியக் கவிதைகள்

ஆதிக்குடியின் ஆன்மப்பாடல்
ஹைலஸ் நோயல் மோரிஸ்

இந்நிலத்தின் ஒரு பகுதி சுருள் குங்கிலிய மரத்தை ஒத்தது
பொற்காலத்து மூதைகளின் குழந்தை நான்
கடலுக்குச் செல்லும் பாதையில் எங்கள் பாடல்களை ஓதும்
மென்குரலில் பாடும் நதி நான்
சமவெளிகளில் நடனமாடும் கானல் நான்
தூசிப் பிசாசுகளின் ஆவி எனது
நானே பனி, நானே காற்று, நானே பெய்யும் மழை
நானே பாறை
தமனிகளில் ஓடும் குருதியைப் போன்ற
இந்தச் செம்மண் பாலை நானே
நானே கழுகு, நானே காகம், நானே வழுக்கும் நாகம்
பூமி பூமியாய் இருந்தபோது இங்குதான் விழித்தெழுந்தேன் நான்
ஈமுவும் வாம்பாட்டும் கங்காருவும் இங்கிருந்தது
வேற்று நிறம்கொண்ட எந்த மனிதரும் இங்கில்லை
நானே இந்நிலம் இந்நிலமே நான்
நானே ஆஸ்திரேலியா

○

இனி பூமராங்குகள் தேவையில்லை

ஊட்ஜெரூ நூனுக்கல் (கேத் வாக்கர்)

இனி **பூமராங்**குகள் வேண்டாம்
ஈட்டிகள் வேண்டாம்
எல்லோரும் நாகரிகமாகிவிட்டோம்
வெள்ளை மதுவிடுதிகளும் பீரும் போதும்

இனி **கொரோபோரி** வேண்டாம்
துள்ளலும் இரைச்சலும் போதும்
நமக்கு சினிமாக்கள் உண்டு
காசு கொடுத்துப் போக வேண்டியதுதான்

இனி பகிர்தல் வேண்டாம்
அதற்கு வேட்டைகள் வேண்டாம்
நமக்குக் கூலி வேலைகள் போதும்
காசு கொடுத்துப் பொருட்களை வாங்க வேண்டியதுதான்

இப்போது எஜமானர்களைத் தேடுகிறோம்
சில சில்லறைகளுக்காக
மரபான பாதயாத்திரை செல்ல
பேருந்தில் வேலைக்குப் போகிறோம்

முன்பு நிர்வாணமாயிருந்து
நாணமென்றால் அறியாதிருந்து
இப்போது ஆடைகளை அணிகிறோம்
பெயரறியாத பெயர்களை மறைக்க

இனி **குன்யா**க்கள் வேண்டாம்
இருபது வருடங்களுக்கு மிகாமல்
தவணைக்கு வாங்கிய
பங்களாக்கள் போதும்
நமக்கும் நாகரிகமுண்டு

கல் கோடரிகளைச் சாய்த்துவிட்டு
எஃகுக் கோடாலிகள் எடுப்போம்
அடிமைகளைப் போல் உழைப்போம்
ஒரு வெள்ளையனின் உணவுக்காக

வெள்ளையர்களைக் கேலிசெய்யும்
நெருப்புக் குச்சிகள் இனி வேண்டாம்
எல்லாம் மின்சார மயம்
அதைவிடச் சிறந்ததில்லை

இனி **புன்யிப்** இல்லை
அவன் முடிந்துவிட்டான்
இப்போது வெள்ளை புன்யிப்கள் உண்டு
சிவப்பென்று அவனை அழை

இப்போது அரூப ஓவியங்கள்
எதற்கிவை
எங்கள் குகைகளில்
இவற்றைவிட மேலானதை வரைந்திருந்தோம்

கறுப்பர்கள் **வாலபி**யை வேட்டையாடினார்கள்
வெள்ளையர்கள் டாலரை
இப்போது வெள்ளை சூனியக்கார டாக்டர்
அடையாளப் பட்டியோடு

இனி தகவல் குச்சிகள் வேண்டாம்
பழம் சிறுமிகளோ சிறுவர்களோ வேண்டாம்
இப்போது தொலைக்காட்சிப் பெட்டிகளுண்டு
பெரும்பாலும் விளம்பரங்கள்

வூமராவை ஓரமாக வை
வேடியை ஓரமாக வை
இப்போது நம்மிடம் அணுகுண்டு உண்டு
எல்லோரையும் முடித்துவிடு

கடந்த காலம்

ஊட்ஜெரூ நூனுக்கல் (கேத் வாக்கர்)

கடந்த காலம் இறந்து போனதாக ஒருவர் சொல்லலாம்
கடந்த காலம் நம்மைப் பற்றியது நமக்குள்ளேயானது
பழங்குடி ஞாபகங்களில் வெறுமை பீடிக்கப்பட்டுப் பாழடைந்து
கடந்த காலத்தால் முழுதும் உருவான எனக்கு
எனக்குத் தெரியும்
இந்தச் சிறிய தருணம் விபத்துப் போன்ற நிகழ்காலம்
என்னுடைய எல்லாமும் அல்ல

இன்றிரவு இந்தப் புறநகர் வீட்டில் உட்கார்ந்துகொண்டு
மின்சாரக் கணப்படுப்பின் முன்
சாய்வு நாற்காலியில் சிவப்பு ஒளியால்
வெப்பமேற்றிக்கொண்டு கனவுக்குள் விழுகிறேன்
புதரின் அருகே நெருப்பு மூட்டிக்கொண்டிருக்கும்
என் சொந்த மக்களோடு
தரையில் அமர்ந்திருக்கிறேன்
என்னைச் சுற்றி சுவர்கள் இல்லை
எனக்கு மேலே நட்சத்திரங்கள்
சுற்றியிருக்கும் உயர்ந்த மரங்கள் காற்றில் சுழன்று
அவற்றின் சொந்த இசையை மீட்டுகின்றன

பழைய இயற்கையின் உயிரிகளாக அங்கு நாங்கள்
ஒன்றென இருக்கிறோம்
அறிந்தவரும் அறியாதவரும்
இப்போது கைவிட்டுப்போன எங்களுக்குச் சொந்தமான காட்சிகளில்
ஓய்வு நாற்காலிகளும்
மின்சார வெப்பமூட்டிகளும்
நேற்று வந்தவை

ஆயிரமாயிரம் முகாம் நெருப்புகள்
என் குருதியில் கலந்திருக்கின்றன
பழைய வாழ்கை முழுமையாய்க் கைவிட்டுப் போனதை
யாரும் என்னிடம் சொல்லாதீர்கள்

இந்தக் கணம் காலத்தின் மீச்சிறிய துண்டு
என்னை வடித்தெடுத்த இனவாழ்வின் மீச்சிறிய துண்டு.

◐

உலகிலேயே மகிழ்ச்சியற்ற இனம்

ஊட்ஜெரூ நூனுக்கல் (கேத் வாக்கர்)

மைய்யால் பேசுகிறார்:

வெள்ளைப் பயல்களே. இந்த உலகிலேயே மகிழ்ச்சியற்ற இனம் நீங்கள்தான்
இயற்கையை விடுத்து நாகரிகச் சட்டங்களை உருவாக்கியது நீங்கள்தான்
குதிரைகளைக் காட்டு விலங்குகளை அடிமைப்படுத்தியதுபோல்
உங்களை நீங்களே அடிமைப்படுத்திக்கொண்டீர்கள்
ஏன் வெள்ளை மனிதர்களே?
உங்கள் போலீசார் உங்களினத்தவரையே
கம்பி வளைந்த வீடுகளுக்குள் சிறை பிடிக்கிறார்கள்
ஏழைப் பெண்கள் பணக்காரப் பெண்களின்
வீட்டுத் தரைகளைத் துடைக்கிறார்கள்
ஏன் வெள்ளை மனிதர்களே ஏன்?
'பாவப்பட்ட கறுப்பன்களைப்' பார்த்துச் சிரிக்கிறீர்கள்
அவன் உங்களைப்போல் ஆக வேண்டும் என்கிறீர்கள்
எங்கள் பழைய சுதந்திரத்தையும் ஓய்வையும் விட்டொழிக்கச் சொல்கிறீர்கள்
ஏன் வெள்ளை மனிதர்களே ஏன்?
எங்களை விட்டுவிடுங்கள்
எங்களுக்கு உங்கள் காலரும் வேண்டாம் டையும் வேண்டாம்
எங்களை விட்டுவிடுங்கள்
எங்களுக்கு உங்கள் வழமையும் வேண்டாம் கட்டளைகளும் வேண்டாம்
எங்கும் நிறைந்திருக்கும்
அந்தப் பழைய விடுதலையும் மகிழ்வும் போதும் எங்களுக்கு
பாவப்பட்ட வெள்ளையனே
உலகத்தின் மகிழ்ச்சியற்ற இனமே

நேரம் போய்க்கொண்டிருக்கிறது

ஊட்ஜெரூ நூனுக்கல் (கேத் வாக்கர்)

சுரங்கம் தோண்டுபவன் தன் வன்மம் கொண்ட மண்வெட்டியால்
என் மண்ணின் இதயத்தை வன்புணர்கிறான்
என் மண்ணின் கருத்தக் குருதியை
திருடிச் சுரண்டுகிறான்
பேராசை வணிகத்தின் பொருட்டு
தனது அழிவின் உலோகச் சிம்மாசனத்தில்
பேராவலோடு வேலை செய்கிறான்
ராட்சத யந்திரங்களோடும் இரும்புத் துளைக்கருவிகளோடும்
மலையின் தாதுக்களை உயரமாய்க் குவிக்கிறான்

அதிகாரத்திற்கான பேராசையின் இச்சையில்
பழம் இயற்கையின் விருப்பை அழிக்கிறான்
கேவலமான டாலர்களின் பொருட்டு
அவன் கட்டும் கூட்டை அவனே அசுத்தப்படுத்துகிறான்
காலத்தின் மணற்துகள்களில் அழிவைத் தருவிக்கும்
அவனது வன்முறை வலிமையாக எழுதப்படும்
என்பது அவனுக்குத் தெரியும்

நேரமோ போய்க்கொண்டிருக்கிறது
நேரம் கையருகே நெருங்குகிறது
போர்க்காலத்தின் மக்கள் குழுமுகிறார்கள்
காலமற்ற தங்கள் மண்ணைக் காப்பதற்கு

வாருங்கள் கருத்த கனவான்களே
உங்கள் வலிமையைக் காட்டுங்கள்
இது நிலைப்பாடுகளுக்கான நேரம்
அந்த வன்மையான சுரங்கம் தோண்டுபவனுக்கு
உணர்த்துங்கள்
உங்கள் நிலத்தின் மீதான காதல்
எத்துணை வன்மையானதென்று

❍

அவர்கள் ஜாக்கிக்கு உரிமை வழங்கினர்

முட்ரூரூ நரோஜின் (கோலின் ஜான்சன்)

இப்படியாக அவர்கள் ஜாக்கிக்கு உரிமை வழங்கினர்
புலிப்பாம்பு தன் இரைக்கு வழங்குவதுபோல

இப்படியாக அவர்கள் ஜாக்கிக்கு உரிமை வழங்கினார்கள்
துப்பாக்கி தன் பலியைப் பார்ப்பதுபோல்

இப்படியாக அவர்கள் ஜாக்கிக்கு உரிமை வழங்கினர்
கருப்பையிலிருந்து பிடுங்கியெடுத்த அம்மாவின்
பிறக்காத குழந்தைக்கு உரிமை வழங்குவதுபோல்

இப்படியாக அவர்கள் ஜாக்கிக்குச் சாவதற்கான உரிமையை வழங்கினர்
அவர்கள் ஜாக்கிக்கு அந்த நிலத்தைத் தோண்ட
சம்மதிப்பதற்கான உரிமையை வழங்கினர்
இப்படியாக அவர்கள் ஜாக்கிக்கு
அதைப் பார்வையிடும் உரிமையை வழங்கினர்
அவனது புனித இடங்கள் ஒரு துளை போல் மாறுவதைப் பார்க்கையில்
அவனது ஆன்மா மரிக்கிறது அவனது மூதைகள் அழுகிறார்கள்
அவனது ஆன்மா மரிக்கிறது அவனது மூதைகள் அழுகிறார்கள்
இப்படியாக அவர்கள் உரிமை வழங்கினர் -
நிலத்தில் ஒரு துளை

எல்லோருக்குமான நீதி, ஜாக்கி முழந்தாளிட்டுப் பிரார்த்திக்கிறான்
எல்லோருக்குமான நீதி, நிலத்தில் துளைகளைத் தோண்டுகிறார்கள்
எல்லோருக்குமான நீதி, அவர்கள் அவனது உரிமையை வழங்கினார்கள்
ஒரு குவளை மலிவான மது, அவனது வலிகளை மழுங்கடிக்க

அவனது பெண்கள் அதற்காகத் தங்களை விற்க வேண்டியிருந்தது
எல்லோருக்கமான நீதி, அவர்கள் அவனுக்கு உரிமை வழங்கினர் -
அவனது அவநம்பிக்கையை அவனது பயத்தை ஒளித்துவைக்க
நிலத்தில் ஒரு துளை

இப்படியாக ஜாக்கியால் என்ன செய்ய முடியும்
போராடிக்கொண்டிருப்பதைத் தவிர
இப்படியாக அவனது மூதையின் ஆன்மா
அவனை வலிமையோடு வைத்திருக்கிறது

◯

ஜாக்கி தனது பாடல்களைப் பாடுகிறான்
முட்ரூரு நரோஜின் (கோலின் ஜான்சன்)

எனக்குத் தெரியும் நான் -
குழு உக்குறிகள் வேண்டாம்
எனக்குத் தெரியும் நான் -

நீரும் மண்ணும்
கொஞ்சம் ஒயினும் கலந்த கலவை

◯

ரத்தம் இத்தனை சிவப்பாய் இருந்ததில்லை

க்ராண்ட்பாதர் கூரி

ரத்தம் இத்தனை சிவப்பாய்
இருந்ததில்லை இருந்ததேயில்லை
ரத்தம் இத்தனை சிவப்பாய் இருந்ததில்லை
கவிஞனின் ரத்தத்தைப்போல்
கோக்காதா கவிஞனின் ரத்தத்தைப் போல்
குட்டையின் அருகே ரொம்பவும் செத்துப்போய்க் கிடந்தவன்

ரத்தம் இத்தனை
சிவப்பாய் இருந்ததில்லை
இத்தனை சிவப்பாய்
லத்திகளில் மின்னும்
சுவர்களிலும் பாதங்களிலும்
காப்பாளனின் தலையிலிருந்தும்சிவப்புச் சொட்டுகளாக ரத்தம் சொட்டும்
ஃப்ரீமேன்டில் சிறையிலும்
இத்தனை சிவப்பாய் இருந்ததில்லை
கவிஞனின் ரத்தம்
கோக்காதா கவிஞனின் ரத்தம்போல்

நீதிக்கான அவனது கூக்குரல் இதமாய்ச் சிந்தியிருந்தது
நீதிக்கான அவனது கூக்குரல் இதமாய்ச் சிந்தியிருந்தது

◯

வெள்ளை மனிதர்களின் பிரச்சனை
ஜிம் எவெரெட்

இப்போது 1982.. 200 வருடங்கள் போய்விட்டன,
பூர்வகுடிகள் போராடியிருக்கிறார்கள் தோல்விகள் தொடர்கிறது.
வெள்ளை மனிதர்கள் கொள்ளை நோய்களைப் பரப்பினர்,
நாங்கள் தேர்ந்தெடுக்காத 'உரிமைகள்' அவர்களோடு வந்தன
எங்களை விழுங்கும் இதை எங்களால் கட்டுப்படுத்த இயலவில்லை.
இருந்தும் எங்கள் வாழ்வியலைக் காத்துக்கொள்ள வேண்டும்
பரிணாமத்தின் போக்கில் எங்கள்
நம்பிக்கைகளுக்கு விசுவாசமாய் இருக்க வேண்டும்
நம்பிக்கை கொள்ளும்போது வெள்ளை மனிதனின் பிரச்சனை
குறைந்தளவே நினைவுக்குவரும்.

எங்கள் வழிமுறைகளைக் கற்றுக்கொடுக்கலாம்
கொஞ்சம் வெள்ளையர்களே அதை விரும்புவர்
அவர்களுக்கு அவர்கள் தொழிற்நுட்பமே சிறந்தது
அவர்கள் எங்கள் வாழ்முறைகளை வெற்றிகரமாக மாற்றிவிட்டனர்.
'நாகரிகம்' பரந்து விரிந்துவிட்டது.
அவர்கள் செய்யும் தவறை அவர்கள் அறிவதில்லை
களிப்பும் அதிகாரமும் கண்ணை மறைக்கிறது
வாழ்வை வெற்றிகொள்வதைத் தடுக்கும் அதே அதிகாரம்
வெள்ளை மனிதர்களின் பிரச்சனை எங்களுக்குப் புளிக்கிறது

வெள்ளையர்களின் பிரச்சனை பேராசையும் வன்புணர்வும்
எப்போதும் மீறும் அவர்களது பத்துக் கட்டளைகள்.

நோக்கத்தை நிறைவேற்றாத சட்டங்கள் எதற்கு?
வெள்ளையர்கள் தங்களுக்குள்ளாகவே எப்போதும் சண்டையிட்டு
அதிகாரத்தை வென்றவர்கள்
என்பதுதான் பதில்.
ஏழைகளைச் சுரண்டி சொந்தங்களையே கீழே வீழ்த்தி
நாய் நாயைத் தின்பதே இதுவரையிலான வெள்ளையின வரலாறு,
வெள்ளை மனிதர்களின் பிரச்சனை
வெறுமனே அவர்களது தோல் மட்டுமல்ல.

○

நகர்புறப் பூர்வகுடி
ஜேக் டேவிஸ்

அவள் பிறக்கும்போது வாயில் மணலோடு பிறந்தவள்,
அவள் கூந்தலில் காற்றின் கிசுகிசுப்புண்டு
அவள் பிறந்தபோது சூடான விறகுச் சாம்பலில் கழுவி எடுத்து
பாசத்தால் போர்த்தப்பட்டிருந்தவள்.

அம்மாவின் குவிந்த கரங்களில் அவள் உறங்கியிருந்தாள்,
அவளது தேன்மார்புகளை அவள் உறுஞ்சியிருந்தாள்
அவள் மேற்கின் பார்வையிலிருந்து வெளியேறி
பகல் இரவாக மாறுவதைப் பார்த்து வளர்ந்தவள்

கடூரக் குரல், குரூரக் கண்களோடு நீங்கள் வந்தீர்கள்
அவளை வைப்பாட்டியாக மாற்றிக்கொண்டீர்கள்;
அவளைக் காட்டுத்தனத்திற்குள் தள்ளிவிட்டீர்கள்
என் அழகிய பெண்ணை.

கொலை பாலியல் பலாத்காரம் மூலம் அவர்களது தோலை மணந்துகொண்டீர்கள்
அவர்களது மனங்களையோ உங்களால் ஏதும் செய்ய முடியவில்லை
அவர்கள் என் குழந்தைகளாகவே இருப்பார்கள் எப்போதும்
கருப்பாக
எங்கள் இனத்தின் அழகாக

(அபாரிஜின் உறவுகள் துறை அமைச்சர் நகர்ப்புற அபாரிஜின்களை உண்மையான அபாரிஜின்கள் அல்ல என்று அறிக்கை வெளியிட்டதற்குப் பதிலடியாக எழுதப்பட்ட கவிதை)

குறிப்புகள்:

ஈமு – தீக்கோழியைப் போன்ற பெரிய உருவம் கொண்ட பறவை

வாம்பாட் – சிறு கரடியைப் போன்ற மடித்தூளி (marsupial) தாவரவுண்ணி விலங்கு

கங்காரு – மடித்தூளி கொண்ட பாலூட்டி (marsupial)

பூமராங் – ஆஸ்திரேலியப் பழங்குடியினர் பயன்படுத்தும் வளரி

கொரோபோரி – பழங்குடி நடனம்

குன்யா – பழங்குடி குடில்

புன்யிப் – மனிதர்களை விழுங்கும் நீர் ராட்சசன்

வாலபி – சிறு மடித்தூளி விலங்கு (marsupial)

மைய்யால் – இன்றும் பூர்வ அடையாளங்களோடு வாழும் பழங்குடி

கோக்காதா – தெற்கு ஆஸ்திரேலியாவின் பூர்வ குடி மக்கள்.

வூமெரா – வேட்டையாட பயன்படும் ஈட்டிவில்

வேடி – கட்டை / நடை குச்சி

ஃப்ரீமேண்டில் சிறைச்சாலை – மேற்கு ஆஸ்திரேலியாவில் உள்ள சிறை, 1855இல் கட்டப்பபட்டது.

ஆசிரியர் குறிப்புகள்

ஹைலஸ் நோயல் மோரிஸ் *(1934-1986)*
Hyllus Noel Moris

எழுபதுகளில் செயல்பட்ட மிக முக்கியமான ஆஸ்திரேலியப் பூர்வகுடிகளுக்கான செயல்பாட்டாளர்களில் ஒருவர். கவிஞர், கல்வியாளர், திரைக்கதையாளர். விக்டோரியாவில் பூர்வகுடிகளுக்கான வெரயா கல்லூரியை ஸ்தாபித்தவர். சிறுகதைகளையும் எழுதியுள்ளார்.

ஊட்ஜெரூ நூனுக்கல் (கேத் வாக்கர்) *(1920-1993)*
Oodgeroo Noonuccal (Kath Walker)

கேத் வாக்கர் பூர்வகுடி ஆஸ்திரேலியர்களுள் முதல் எழுத்தாளராக அறிமுகமானவர். கவிஞர், ஓவியர், எழுத்தாளர், செயல்பாட்டாளர் எனப் பன்முகம் கொண்ட கலைஞர். ஆஸ்திரேலியாவின் பெண்கள் பிரிவு ராணுவத்தில் பணிபுரிந்தவர். வெள்ளை ஆஸ்திரேலியக் கொள்கையை எதிர்த்த ஒரே கட்சியான ஆஸ்திரேலியக் கம்யூனிஸ்ட் கட்சியில் தன்னை இணைத்துக்கொண்டார். அபாரிஜின் பழங்குடியின உரிமைக்காகப் போராடிவந்த பல்வேறு அமைப்புகளின் பல்வேறு பொறுப்புகளில் தன்னை ஒப்புக்கொடுத்தவர்.

Municipal Gum (1960), *A Song of Hope* (1960), *We Are Going* (1964) *The Dawn is at Hand* (1966), *My People* (1970), *Stradbroke Dreamtime* (1972), *Father Sky Mother Earth* (1981), *The Rainbow Serpent* (1988) இவரது ஆக்கங்களில் சில.

முட்ரூரூ நரோஜின் (கோலின் ஜான்சன்) *(1938-2019)*
Mudrooroo Narrogin (Colin Thomas Johnson)

தாய் தந்தையின்றி ஆதரவற்றோர் இல்லத்தில் கல்வி பயின்ற கோலின் தாமஸ் சிறு திருட்டுகளுக்காக ஃப்ரீமேண்டில் சிறையில் அடைக்கப்பட்டு அங்கிருந்து தன் எழுத்துப் பயணத்தைத் தொடங்கியவர். பின்னர் மெல்போர்ன் தெருக்களில் அலைந்து திரிந்து அபாரிஜின் உரிமைகளுக்காக எழுத்துப் போராட்டத்தைத் தொடர்ந்தார்.

நாவலாசிரியர், கவிஞர், கட்டுரையாளர். அநீதி எல்லா இடங்களிலும் நிறைந்திருப்பதைக் கண்டு; தொடர்ந்த தேடலில் பௌத்தத்தின் மனித நேயத்திற்காகப் பௌத்தத்தில் சரணடைந்தார். இந்தியாவில் பதினைந்து ஆண்டுகள் சுற்றித் திரிந்து புத்த பிக்குவாக மாறினார். தனது அபாரிஜின் அடையாளக் குழப்பங்களுக்காகப் பல்வேறு அவமானங்களைச் சந்தித்தவர்.

இவரது ஆக்கங்களில் சில: *Wild Cat Falling* (1965), *Long Live Sandawara* (1979), *Before The Invasion:Aboriginal Life To 1788* (1980) (இணையாசிரியர்), *Doctor Wooreddy"s Prescription For Enduring The Ending Of The World* (1983), *The Song Circle Of Jacky:And Selected Poems* (1988), *Master Of The Ghost Dreaming* (1991), *The Promised Land* (2000)

க்ராண்ட்பாதர் கூரி
Grandfather Koori

விரட்ஜூரி பழங்குடி இனத்தைச் சேர்ந்தவர். தாவரவியலிலும் இயற்கை அறிவியலிலும் கல்வி பயின்று விட்டு எல்லாவற்றையும் விட்டொழித்துத் தனது சிவப்பு மணல் பரப்பு நிலத்தில் அடையாளமின்றி வாழ்ந்துவந்தவர். *Inside Black Australia: Anthology of Aboriginal Poetry* கவிதைத் தொகுதியில் இவரது கவிதைகளான *song in the symbol:look!look!/ massacre sandhil: the rain the rain the rain/ never blood so red /* காணக்கிடைக்கின்றன. எனினும் இவர் குறித்த மேலதிகக் குறிப்புகள் தென்படவில்லை.

ஜேக் டேவிஸ் *(1971-2000)*
Jack Davis

ஜாக் லியோனார்ட் டேவிஸ் கவிஞர், நாடகாசிரியர், செயற்பாட்டாளர். மேற்கு ஆஸ்திரேலியாவின் பெர்த் நகரில் பிறந்தவர். ஐம்பது வயதுக்கு மேல் எழுதவந்த போதிலும் கேத் வாக்கருக்கு அடுத்து இரண்டாவதாக எழுத வந்த பூர்வகுடி எழுத்தாளராக அறியப்பட்டவர். மிகப் பிரபலமான ஐந்து நாடகங்கள், குழந்தைகளுக்கான இரண்டு நாடகங்கள் இவரது பெயர்சொல்லும் பங்களிப்புகள்.

The First Born (1970) *Jagardoo:Poems from Aboriginal Australia* (1978), *No Sugar* (1986) இவரது ஆக்கங்களில் சில.

ஜிம் எவெரெட் *(1942)*
Puralia Meenamatta (Jim Everett)

கவிஞர், நாடகாசிரியர், சிறுகதை எழுத்தாளர், நடிகர் எனப் பன்முகத் தளங்களில் தொடர்ந்து இயங்கும் ஜிம் தாஸ்மேனியாவில் பிறந்தவர். மீன்பிடித் தொழிலாளியாக இருந்துகொண்டே கலைஞராகவும் செயல்பட்டுவந்தவர். வெள்ளை இனத்தவர் குறித்த விமர்சனங்கள் இவரது எழுத்துகளில் தீவிரமாக வெளிப்படும்.

இவரது முக்கிய நாடகங்கள்: *We are Survivors (1984), Voices From The First Nation (1997), The Spirit Of Kuti Kina Tasmanian Aboriginal Poetry (1990), A Writer's Dilemma (2014).*

(மேற்கண்ட கவிதைகள் *Inside Black Australia: Anthology of Aboriginal Poetry* தொகுப்பிலிருந்தும் இணையத்திலிருந்தும் நன்றியோடு பெயர்க்கப்பட்டது.)